தப்பிவிட்டார்கள்

கலைஞர் மு. கருணாநிதி

Title: Thappivittargal

Author: M. Karunanidhi

Language: Tamil

First Published on: 1952

Year of Publication: 2024

Book Format: Paperback

*Page Size: 6inch * 9inch*

Category: Fiction

Subject: Short Stories

No. of pages: 34

ISBN: 978-81-984438-2-3

Published by: Nilan Publishers, Madurai, Tamilnadu, India

பொருளடக்கம்

பதிப்புரை

'தப்பிவிட்டார்கள்' - சமூகத்தின் உண்மைப் பிரதிபலிப்புகள் நிறைந்த கதைத் தொகுதி.

சமுதாயக் கொடுமையினின்று தப்பிவிட்டவர்கள், அண்ணனென எண்ணி ஆசைப்பார்வை பார்த்தவளை தன்காமத்துக்குப் பலியாக்க எண்ணும் சபலக்காரர்கள், சமூகத்தின் கோரப்பிடியால் குற்றம்சாட்டப்படும் நிரபராதி, உதவி செய்ய வந்தவரிடமே ஏமாற்று வித்தையைக் காட்டி பின் தானே மற்றொருவனால் ஏமாற்றப்படும் மோசக்காரன் ஆகிய சமூக அரங்கின் பல கதாபாத்திரங்களைக்கொண்டு அழகாகப் பின்னப்பட்ட சிறு கதைகளின் தொகுப்பை உங்கள் முன்னே பெருமையுடன் அளிக்கிறோம்.

சிறு கதைகளானாலும் சிந்தனையைக் கிளறிக் கருத்துக்குப் புதுவுரை கொடுத்து நெஞ்சை விட்டு அகற்ற முடியா முறையிலேயுள்ளன இத்தொகுதியிலேயுள்ள நான்கு கதைகளும்.

நான்காம் பதிப்பாக இக் கோவையை வெளியிட இசைந்த ஆசிரியருக்கு எங்கள் நன்றி உரித்தாகுக.

பதிப்பகத்தார்

தப்பிவிட்டார்கள்

ஊரில் ஒரே ரகளை – மூலைக்கு மூலை போலீஸ் லாரிகள் பறந்து கொண்டிருந்தன! இரவின் அமைதியைக் கிழித்துக் கொண்டு சிவப்புத் தொப்பிக்காரர்களின் கூச்சல், ஊரெங்கும் – தெருவெங்கும் வீடெங்கும் ஊடுருவிப் பாய்ந்தது. எந்த வீட்டிலும் கதவு மூடியிருக்கவில்லை. குறட்டைச் சப்தம் கேட்கவுமில்லை. தாய் தகப்பன்மார்களின் பேச்சு வார்த்தைகளையும் பரபாப்பையும் கண்டு சின்னஞ்சிறு குழந்தைகள் கூட வேடிக்கை பார்த்துக் கொண்டிருந்தன. ஒரு வீட்டின் வாயிற்படியில் அமர்ந்து ஒரு கிழவி பாக்கு இடித்துக்கொண்டிருப்பவள், தன்னையறியாது தூங்கிவிட்டாள் ... பாவம் பழுத்துப் போன இமைகள்! 'பூம் பூம்' என்ற காரின் சப்தம் அவளைத் திடுக்கிட வைக்கவே, பாக்கு உலக்கையைத் தடதடவென்று தரையில் இடிக்க ஆரம்பித்தாள். இதைக்கண்டு 'கடகட' வென்று கைகொட்டி ரசித்தான் அவள் பேரன்.

காரிலிருந்து இறங்கிய போலீஸ் வீரர்கள் வீட்டில் புகுந்து கிழவியை ஏதும் கேட்காமலேயே சோதனை போட ஆரம்பித்தனர். பரணியைப் பார்த்தனர். அடுக்களையை ஆராய்ந்தனர். கதவிடுக்கைக் கவனித்தனர். கடைசியில் உதட்டைப் பிதுக்கிக்கொண்டு வெளியே வந்தனர். 'ஐயோ பூச்சாண்டி' என்று கிழவியின் பேரன் கீழே விழுந்ததுதான் மிச்சம். 'இப்படி எல்லா வீடுகளிலும் சோதனை. அந்த ஊரே அல்லோலகல்லோலப்பட்டது! காரணம், லீலா மில் சொந்தக்காரர் ராமதுரை அன்று இரவு ஏழு மணிக்கு இறந்து விட்டார்! இல்லை, இல்லை; கொலை செய்யப்பட்டார்! கொலை செய்தவன் ஒரு மில் தொழிலாளி! பெயர் விட்டல்.

அன்றிரவே கொலைகாரனைப் பிடித்துக் கூட்டில் அடைப்பதற்காகப் போலீசார் லாரிகளிலும், கார்களிலும், சைக்கிள்களிலும் புயல் வேகத்தில் முயன்று

கொண்டிருந்தார்கள். ராமதுரை என்றால் யார் ? காலையிலெழுந்து 'கடவுளே' என்று கூப்பிட்டு ஒருமுறை தலைவிதியை நொந்துகொண்டு வயிற்றுப்பாட்டைப் பார்க்கும் ஓர் ஏழை மனிதரா? ஏழை கொல்லப்படுவது ஓர் எறும்பு நசுக்கப்படுவது போல! ராமதுரை போன்ற பணக்காரருக்குச் சாவு வரலாமா ? வாழ வசதியும், வளமும், வற்றாத இன்பமும் அளித்திருக்கிற கடவுள், ஆயுளையும் ஆயிரமாக அதிகப்படுத்தக் கூடாதா என்ற கவலை அவர்களுக்கு வளர்பிறையாகுமே!

"ஐயோ பாவமே!" ராமதுரைக்கு நாற்பது வயதுகூட இருக்காதே! நல்லவராயிற்றே! நாடுபுகழ் வள்ளலாயிற்றே! நாகேஸ்வரன் கோயில் நவராத்திரி அவர் உபயந்தானே! அகிலாண்டேஸ்வரி ஆலயத்தில் ஆயிரக்கால் மண்டபம் கட்டியது அந்தப் புண்ணியவான்தானே! ஒரு தர்ம தாதாவைப் பாவிப்பயல் குத்திக் குவித்து விட்டானே!"

"அப்படித்தான் என்ன, அவர் தொழிலாளர்கட்குத் துன்பம் அளித்தாரா ? ஒரு 'ஸ்ட்ரைக்' உண்டா – அவருடைய மில்லில் ? ஒரு தொழிலாளியை வேலையை விட்டு நீக்கினார் என்றுதான் இருக்குமா ? ஒன்றுமே இல்லாமல், இவன் இழவுக்கு இருநூறு ரூபாய் கடன் கொடுக்க மறுத்தார் என்பதற்காக இப்படி ஒரு மகாபாதகம் செய்வதா? பாவி, அவன் நல்லாயிருப்பானா?"

"அந்தக் குபேரனுடைய மனைவி – மகாலட்சுமி மாதிரி! இரண்டு மழலைக் குழந்தைகள். அவர்களுடைய மனம் என்ன பாடு படும் ? ஏழேழு ஜன்மங்களுக்குத் தவமிருந்தாலும் கிடைக்க முடியாத கணவனைப் பிரிந்து அவள் எப்படித்தான் துடிக்கிறாளோ? அடப் பழிகாரா, பஞ்சமா பாதகா, உன்னை இப்படிக் குத்திக் கொன்றால் உன் மனைவிக்கு எரியாதா? உம். உன்னையும் கொல்லாமலா விடப்போகிறார்கள்?"

"தூக்கிலே போடக்கூடாது அந்தச் சண்டாளனை! துண்டு துண்டாய் அவன் சதையைக் கிழித்துக் கிழித்துக் கொல்லவேண்டும்!"

இப்படி ஊரின் பலபகுதிகளில் பேச்சுக்கள். கொலைக்குக் காரணம் – விட்டலுக்கு இருநூறு ரூபாய் தரவில்லை. ஆகவே கொன்றான் என்பதுதான்.

லீலா மில். நகரத்தின் ஓர் அழகான பகுதியில் அமைக்கப்பட்ட பெரிய தொழிற்சாலை. அங்கே சுமார் மூவாயிரம் தொழிலாளர்கள் வேலை செய்தனர். பஞ்சை நூலாக்குவதும், நூலை நூதன ஆடைகளாக்குவதும் அந்த மில்லின் வேலை. தொழிலாளர்கள் வசிப்பதற்கென்று நகரையடுத்துச் சிறிது தொலைவில் லீலாபுரம் என்ற இடமுண்டு. அங்குதான் மூவாயிரம் தொழிலாளிகளும் வாழ்க்கைத் தோணியை நகர்த்திக் கொண்டிருந்தனர். அந்த மூவாயிரத்தில் ஒருவன்தான் விட்டல்.

அன்று மாலை ஐந்துமணிக்கு வழக்கம்போல் ஆலையின் சங்கு ஊதிற்று. அடைபட்டுக் கிடந்த பாட்டாளிக் கூட்டம் அணி அணியாக வெளியேறிப் பெருமூச்சு விட்டபடி வீடு நோக்கிச் சென்றது. அவர்களோடு வெளியேறிய விட்டலும் மில்லுக்கு எதிரேயுள்ள மரத்தடியில் நின்றுகொண்டு பெண்கள் போகும் வழியைக் கண் கொட்டாமல் பார்த்துக் கொண்டே இருந்தான். சுமார் ஆயிரம் பெண்களை வெளியே அனுப்பும் வாயில் அது. எல்லாப் பெண்களும் வெளியேறி விட்டனர். அவளை மட்டும் காணவில்லை. ஆம், அவன் மனைவியைத்தான்! அவன் கால்களும் ஓய்ந்துவிட்டன.

முன்னே போய்விட்டாளோ என்று அங்கிருந்து அவன் வேகமாக நடந்தான். வீட்டுக்கு ஓடினான் – வீடு பூட்டியிருந்தது. மீண்டும் திரும்பினான். "காலையில் மில்லுக்குப் போகும்போதே தலையை வலிக்கிறது என்றாளே – ஒரு வேளை காய்ச்சல் வந்துவிட்டதோ என்ற சந்தேகம் அவனுக்கு. மனைவியின் மேல் ஓர் எறும்பு கடிக்கக்கூடப் பொறுக்கமாட்டான் விட்டல். அவ்வளவு ஆசை! ஏழைக்கு,

அதைத் தவிரத்தான் வேறென்ன இன்பம்? விட்டல், மில்லை நோக்கி ஓட்டமும் நடையுமாக வந்தான்.

ஆலைச் சங்கு ஊதியதும், அத்தானைக் காணவேண்டுமென்று ஆவல் ததும்பப் புறப்பட்டாள் தங்கம். பகலெல்லாம் மில்லில், பஞ்சைப் பதப்படுத்த வேண்டிய பணி அவளுடையது. அவளுடைய கருத்த மேனியும், முகத்தில் அவளுக்கென்றே அமைந்த தனிக் களையும் விட்டலின் பயங்கரக் கவலைகளையெல்லாம் எத்தனையோ முறை விரட்டியிருக்கின்றன. காலை முதல் கஷ்டப்பட்டுக் கைகால் வலியெடுத்து நிற்கும் அவனுக்கு அவளுடைய 'தரிசனம்' தான் மருந்தாக இருக்கும். அதைப் போலவே அவளும் அவனைப் பார்த்துக் குளிர்ச்சி பெறுவாள். வேலை முடிந்ததும் தலையில் ஒட்டிக்கிடக்கிற பஞ்சைத் தட்டக் கூட நேரமிருக்காது. அவசர அவசரமாகப் புறப்படுவாள் அத்தானைப் பார்க்க.

அன்றும் அப்படித்தான் தங்கம் வந்துகொண்டிருந்தாள். பியூன் சிங்காரம் பின்னாலேயே ஓடிவந்து தங்கத்தைப் பார்த்து – "உன்னை முதலாளி கூப்பிடுகிறார்" என்றான். என்ன காரணம் என்றே புரியாத தங்கம் திடுக்கிட்டாள்.

முதலாளியின் அறைக்குச் சென்று அடக்க ஒடுக்கமாக ஒதுங்கி நின்றாள். ராமதுரை ஒரு சிகரெட்டை எடுத்து பற்ற வைத்துக்கொண்டு "தங்கம்! வேலையெல்லாம் முடிந்ததா?" என்றார். தங்கம் "உம்" என்று தலையை அசைத்தாள். "நீ ரொம்பத் திறமையாக இருக்கிறாயாம்; மானேஜர் சொன்னார்." இதற்குப் பதில்கூறவில்லை. ஒரு புன்சிரிப்புத்தான். அந்தப் புன்முறுவலை ராமதுரை உற்றுக் கவனித்தார். "இந்த மாதத்திலிருந்து உனக்குச் சம்பளம் அதிகமாக்கச் சொல்லியிருக்கிறேன்".

தங்கம் இப்போதும் பேசவில்லை; கன்னங்கள் மட்டும் குழியாயின. இந்தச் சந்தோஷ சமாசாரத்தை அத்தானிடம் சொல்ல வேண்டுமே என்று துடித்தாள். அங்கு நின்று

கொண்டு, இளித்துக் கொண்டிருந்த சிங்காரத்தைப் பார்த்து "ஏய் போடா... காப்பி கொண்டு வாடா" என்று அதட்டினார். அவன் ஓடி விட்டான்.

ராமதுரை சிகரெட் சாம்பலைத் தட்டிக்கொண்டார். சாம்பல் பூக்காதிருக்கும்போதே, அதைப் பலமுறை தட்டிக்கொண்டிருந்தார். இன்னொரு சிகரெட்டை எடுத்தார். தீக்குச்சி அணைந்துவிட்டது. சே! ஒரே காற்று! ஜன்னல் கதவுகளைச் சாத்திவிட்டு மீண்டும் தீக்குச்சியைத் தட்டினார்.

ஆனால் சிகரெட் கொளுத்தப்படவில்லை. "அடடா என்ன காற்று! சனியன்! தங்கம்! அந்தக் கதவைச் சாத்து" என்று சொல்லும்போதே ராமதுரையின் குரல் நடுங்கிற்று, குளிரில் நடுங்கும் கிழவனின் குரல் போல்; தங்கம் முதலாளியைப் புரிந்துகொண்டாள்.

"நான் வருகிறேன்" என்று கூறிவிட்டு ஓர் அடி எடுத்து வைத்தாள். ராமதுரைக்கு அதற்கு மேலும் பொறுக்க முடியவில்லை. தங்கத்தின் மேல் தாவினார், கதவுகள் மூடிக்கொண்டன.

அவள் 'ஐயோ!' என்று அலறினாள். ராமதுரையின் வாயிலிருந்து போதை நிரம்பிய வார்த்தைகள் உதிர்ந்தன. "பச்சைப் பசுங்கிளியே! பேசும் பொற்சித்திரமே! என் இச்சைக்கு இணங்கி விடு – தங்கப்புறாவே!" அவள் நடுங்கினாள். "நடக்கும் பொன்வண்டே – ஏன் நடுங்குகிறாய்?" ராமதுரை தங்கத்தை அணைத்துக் கொண்டார். அவள் திமிறிக்கொண்டு கோவெனக் கதறினாள். முதலாளியின் காலில் விழுந்து "என் கற்பைக் காப்பாற்றுங்கள்" என்று கதறினாள். "போர்க் களத்தில் ஒப்பாரியும் – போகக் களத்தில் புலம்பலும் கோழைகள் செயலடி கோமளாங்கி!" என உபதேசம் செய்தார் அவர்.

தங்கத்தால் அந்தக் காண்டாமிருகத்தின் பிடியிலிருந்து மீள முடியவில்லை. தங்கத்தின் மென்மையான அதரங்கள் – விட்டலின் அதரங்களை மட்டுமே சுவைத்த அதரங்கள்

சூடேறிய ராமதுரையின் அதரங்களோடு அழுத்தப்பட்டன. அவள் மூர்ச்சித்தாள். அந்த மிருகம் ஆசை கொண்ட மட்டும் தன் பசியைத் தீர்த்துக் கொண்டது. தங்கம் துவண்டு போனாள்.

மணி ஆறு அடித்தது. அறைக்கதவு திறந்தது. ராமதுரை தங்கத்தின் கையில் ஒரு நூறு ரூபாய் நோட்டை வைத்து அழுத்தினார். அதைச் சுக்குச் சுக்காகக் கிழித்தெறிந்துவிட்டு தங்கம் ஓடினாள்.

விட்டல் மில்லுக்கு மிக அருகில் வந்து விட்டான். தங்கத்தைக் கண்டதும் விட்டலுக்கு ஒரே ஆனந்தம். அருகே ஓடி வந்தான்... ஆனால் தங்கம் தணலில் பட்ட புழுவாய் இருந்தாள்.

“அத்தான் என்னைத் தொடாதீர்கள். நான் எச்சிற் பண்டம்” – அவள் அழுதாள்.

“என்ன தங்கம் சொல்கிறாய்?”

“முதலாளி . . என் கற்பை..” அவள் முடிக்கவில்லை. முடிக்கவும் முடியவில்லை. விம்மிக் கொண்டே விட்டலின் கால்களில் விழுந்தாள். அவன் அவளைக் கவனிக்கவேயில்லை. மில்லை நோக்கிப் பாய்ந்தான்.

வாயிலில் நின்று கொண்டிருந்த கூர்க்கா ஆச்சரியத்தோடு விட்டலைப் பார்த்தான். விட்டல், அவன் இடுப்பைப் பார்த்தான். பளபளப்பான கட்டாரி. ஒரே பாய்ச்சலில் அதைப் பிடுங்கிக் கொண்டு, முதலாளியின் அறையை நோக்கி ஓடினான். அவ்வளவுதான் – தங்கத்தை ருசி பார்த்த அந்தச் சுவை மாறுவதற்குள் ராமதுரை பிணமானார்.

கட்டாரியைத் தன் இடையில் செருகிக் கொண்டு வெளியே ஓடி வந்தவனை வாயிற்காப்பாளன் கூர்க்கா வழிமறித்துக் கொண்டான். கூர்க்காவின் கத்தி விட்டலின் விலாவில் பாய்ந்தது. விட்டல், கூர்க்காவின் கழுத்தில் கட்டாரியை நுழைத்து, அவனைத் தூக்கி வீசிவிட்டு, விலாவைப்

பிடித்தவாறு – ‘குபு குபு’ வென்று பெருகும் ரத்தத்தை அடைத்துக் கொண்டு தங்கத்திடம் ஓடி வந்தான்.

தங்கம் தரையில் சுருண்டு கிடந்தாள். அவளை ஒரு கையால் அணைத்துத் தூக்கிக் கொண்டு மில்லுக்கு ஓரமாக நீர் வற்றிப் போயிருந்த ஒரு வாய்க்காலுக்குள் ஒளிந்து கொண்டான்.

மில்லிலிருந்து ஆட்கள் சிதறினர். ‘டெலிபோன்’கள் அலறின.

தங்கம் தன் சேலையைக் கிழித்துச் சுற்றினாள். விட்டலால் நிற்க முடியவில்லை. தள்ளாடினான். அவன் இரத்தமெல்லாம் விலாவில் ஏற்பட்ட ஓட்டை வழியாக வெளியேறிக் கொண்டிருந்தது. “அத்தான், என்னையும் கொன்றுவிடுங்கள்” என்று தேம்பினாள் தங்கம்; “உஸ்...’ என்று அவளைத் தட்டிக் கொடுத்தான். அவன் இமைகள் ஈரமாயின. இருவரும் தழுவிக் கொண்டார்கள். தங்களிருவரிடையே ஏற்படப் போகும் பெரியதொரு பயங்கரமான நிகழ்ச்சி, அவர்களைப் பைத்தியம்போல் ஆட்டி வைத்தது.

“இந்த வாய்க்காலுக்குள்ளேயே நடந்தால், அடுத்த ஊர் ரயில்வே ஸ்டேஷனுக்குப் போய்விடலாம். எப்படியாவது தப்ப முயல்வோம்” என்று தழுதழுத்த குரலில் கூறினான் விட்டல். தங்கம் கண்ணீர் பொழிந்தாள்.

இருவரும் நடந்தார்கள்... நடந்தார்கள்... நடந்து கொண்டே இருந்தார்கள். கொலைகாரனை, போலீஸ் வலை போட்டுத் தேடும் போதெல்லாம் நடந்து கொண்டுதானிருந்தார்கள்.

இங்கு... போலீஸ் வீரர்கள் ஊரை ரகளை செய்தார்கள். ஆகாயத்தைத் தவிர மற்ற இடங்களில் பார்த்து விட்டதாகப் பெருமையடித்துக் கொண்டனர். ஊருக்குள் பார்க்காத இடமில்லை. எதிலும் பயனில்லை என்றதும், ஒன்பது மணிக்குப் புறப்படுகின்ற ரயில் வண்டியில் கொலைகாரன் தப்பி விடலாம் என்ற யோசனையின் பேரில் எல்லா ரயில்வே ஸ்டேஷன்களுக்கும் லாரிகள் பறந்தன. பத்து

மைலுக்குட்பட்ட இடங்களுக்கு; கமலாபுரம் ஸ்டேஷனை நோக்கி ஒரு லாரி ஓடிற்று!

ஆம்! அந்த ஸ்டேஷனை நோக்கித்தான் தங்கமும், விட்டலும் போய்க்கொண்டிருக்கிறார்கள். இன்னும் பத்து நிமிடங்கள் பாக்கி, வண்டி வருவதற்கு! அவர்களும் கிட்டத்தட்ட நெருங்கிவிட்டார்கள். ஆனால் விட்டலால் ஓர் அடிகூட எடுத்து வைக்க முடியவில்லை. விலாவின் வலி அதிகமாகி விட்டது. "ஐயோ ஐயோ" என்று கத்த ஆரம்பித்தான். தங்கத்தின் நெஞ்சு 'படக் படக்' என்று அடித்துக் கொண்டது, அவள் காதில் தட்டுவது போலிருந்தது. ஆலை வேலை முடிந்து ஆனந்த லாகிரியில் மூழ்கி அத்தானுடன் படுத்துறங்கும் தங்கம் எங்கே ?... இப்போது மரண மூச்சு விட்டுக்கொண்டிருக்கும் இந்த அபாக்கியம் நிறைந்த தங்கம் எங்கே ?

"அத்தான்!" என்று கொஞ்சியபடி அவன் கைகளை எடுத்துத் தன் தோளின் மேல் போட்டுப் பிடித்துக் கொண்டே மூச்சைப் பிடித்துக் கொண்டு நடக்க ஆரம்பித்தாள்.

எப்படியும் அவனை ஸ்டேஷனுக்குக் கொண்டு போய்ச் சேர்த்து விடலாம் என்ற அசட்டுத் தைரியம் அவளுக்குப் பிறந்துவிட்டது. அந்த ரயில் மட்டும் கிடைத்துவிட்டால்?..

பிறகு எங்கேயாவது போய், எப்படியாவது தப்பித்து விடலாம் என்ற ஒரே ஆசைதான் அவர்களை விரட்டியடித்தது. விட்டல் திணறித்திணறி மூச்சுவிட்டான். தங்கம் ஆவேசங் கொண்டவளாய் நடந்து கொண்டிருந்தாள்

திடீரென அவள் முகம் மலர்ந்தது. ரயில்வே ஸ்டேஷன் சிவப்பு விளக்கு தெரிந்துவிட்டது. இன்னும் சில நிமிஷங்கள் வாய்க்காலிலிருந்து மேலே ஏறவேண்டும்; அவ்வளவுதான் ... சற்று நேரத்திற்கெல்லாம் ரயில் வந்துவிடும்; தப்பித்து விடலாம்.

தங்கம் விட்டலைக் கட்டிக்கொண்டு "அத்தான்!" என்றாள். அழுகையும் சிரிப்பும் கலந்து சோகத்தை அதிகமாக்கின. கரையில் ஏறிக்கொண்டு பலங்கொண்ட மட்டும் முயன்று தன் ஆசை அத்தானைத் தூக்கி கரை சேர்த்தாள். "இதோ ஸ்டேஷன்!" என்று அவனை இறுகப் பிடித்துக் கொண்டாள். அந்தத் தழுவலில் அவன் விலாவின் வலிகூட இருந்த இடம் தெரியவில்லை. "தங்கம்" என்றான் இன்பம் பொங்கிடும் கீழ் ஸ்தாயியில்! "ஐயோ" என்று அலறினாள் தங்கம்!

லாரியிலிருந்து போலீஸ்காரர்கள் வேகமாக இறங்கிக் கொண்டிருந்தார்கள். 'டார்ச் லைட்டு'கள் பல திசைகளிலும் சென்றன. தங்கத்தின் நினைவு சுழன்றது. தலை கிறுகிறுத்தது, விட்டல் கையில் விலங்கு – பிறகு. தூக்குமேடையில் அவன் தங்கம் விதவைக் கோலம். இந்தப் பயங்கரம் அவளை ஓர் உலுக்கு உலுக்கிற்று. "அத்தான்! அகப்பட்டுக் கொண்டோம்!" என்று வீறிட்டாள். விட்டல் விழிகளை உருட்டிப் பார்த்தான். அவள் கன்னங்களும் நனைந்து விட்டன. தங்கம் தன் ஆசையனைத்தையும் ஒரு சேர உதட்டில் சேர்த்து விட்டலை முத்தமிட்டாள். முத்தம் முடிந்தது.

போலீஸ் படை "விடாதே! பிடி!" என்று கத்திக் கொண்டு ஓடி வந்ததைக் கண்டார்கள். விட்டலின் இடுப்பிலிருந்த கட்டாரியைத் தங்கம் எடுத்துக் கொண்டாள். போலீசாரிடமிருந்து தப்புவதற்கு அவளுக்கு இப்போது வழி தெரிந்துவிட்டது. தன் அன்பு அத்தானின் நெஞ்சில் ஓங்கி ஒரு குத்து – அவன் பிணமானான்! அந்த இரத்தம் சொட்டும் கட்டாரி அவள் கழுத்துக் குழியிலும் பாய்ந்தது. போலீஸாரிடமிருந்து விட்டலைக் காப்பாற்றினாள் ! வேதனையிலிருந்து தன்னையும் காப்பாற்றிக் கொண்டாள்.

சமுதாயக் கொடுமையிலிருந்து இருவருமே தப்பி விட்டார்கள்.

சபலம்

காற்றைக் கிழித்துக்கொண்டு 'இந்தோசிலோன் எக்ஸ்பிரஸ்' திருச்சி நோக்கிப் பறந்து கொண்டிருந்தது. சென்னையில் இரவு 8-மணிக்கு வண்டியில் ஏறியவர்கள் அலுப்போடும், களைப்போடும் போராடிக் கொண்டே முதுகை வளைத்துக் கொண்டே அமர்ந் திருந்தனர். சென்னை ரயில் நிலையத்தில் இடம் வாடகைக்கு விடும் பொடிப் பயல்கள் பலருண்டு. அவர்கள் தங்கள் வாழ்க்கையை இப்படியே நடத்திப் பழகிக் கொள்ளுகிறார்கள்.

வண்டியில் ஏறியோ - அல்லது ஏறாமல் ரயில் மேடையைச் சுற்றிக்கொண்டோ இடம் அகப்படுமா என்று தவித்துக் கொண்டிருப்பவர்களிடம், கதைகளில் பகவான் 'பிரத்யட்சமாவது போல' ஒரு பொடி யன் வந்து நிற்பான். "சாமீ! இங்கே வாங்க நல்ல இடம்" என்பான். அவன் கூடச் சென்றால் போதும்; வண்டிக்குள் அருமையான இடத்தைக் காட்டி-பலகையில் அவன் விரித்திருந்த 'பட்டு மெத்தை'யை எடுத்து முண்டாசு கட்டிக் கொள்வான். அந்த இடத்தில் தூங்குவதற்கு டிக்கட் பணம்போக அவனுக்கு ஒரு நாலணா வாடகை. இப்படிப் பல பையன்கள் வாடகை வியாபாரம் நடத்துவார்கள். அவர்கள் கண்ணில் அகப்பட்டும் கருணைக்குப் பாத்திரமான பிரயாணிகள் கண்ணயர்ந்து தூங்கிக் கொண்டிருந்தனர். அந்தப் பாக்கியம் கிடைக்காத பலர் கண்ணுக்குள் நுழைந்து இமைகளைப் பிடித்திழுத்து மூடும் உறக்கத்தை எதிர்க்கத் துணிவற்று ஒருவரோ டொருவர் மோதிக் கொண்டிருந்தனர். கழுத்தில் நிற்க சக்தியிழந்து தொங்கும் தலையை முழங்காலிலோ-பக்கத்திலிருப்பவர் தோள்பட்டையிலோ- அல்லது ஜன்னல் கட்டை யிலோ முட்டுக் கொடுத்துக் கொண்டு அயர்ந்திருந்த காட்சி பரிதாபமாயிருந்தது.

இந்தக் "கும்பகர்ண லோக" த்தில் கொட்டை கொட்டையாக விழித்துக் கொண்டிருந்தவர்களும் இல்லாமலில்லை. நூற்றுக்கு ஒருவராவது இருக்கத்தான் செய்தனர். வண்டியில் ஆறாவது பெட்டியில் ஜன்னல் வழியாகக்கூட கால்களை வெளியே சிறிது நீட்டிக் கொண்டு கஷ்டப்பட்டு பலர் கொறட்டை விட்டுக் கொண்டிருந்தனர். நீண்ட ஒரு பலகையின் மூலையில் உட்கார்ந்திருந்த ஒருவன், அலுப்பைப் பற்றிய கறைகள் எதுவுமில்லாமல் ஏதோ ஒரு உணர்ச்சியில் அங்குமிங்கும் பார்ப்பதும், பலகைக்குக் கீழே கவனிப்பதுமாயிருந்தான். அவனுக்கு எதிரில் மற்றொரு பல கையில் மற்றொரு வாலிபன், கண்களை மூடிக்கொண்டு உட்கார்ந்திருந்தான். அவன் விழிகள் மூடியிருந்தனவே தவிர அவன் தூங்கவில்லையென்பது தெளிவாயிற்று. விழிகளும் முக்கால் பாகந்தான் அடைபட்டிருந்தன. கால்பாகத்தின் வழியாக அவன் பார்வை எதிரில் உட் கார்ந்திருக்கும் வாலிபனையும் பலகைக்குக் கீழே படுத் திருக்கும் ஒரு பெண்ணையும் மாறி மாறிப் பார்த்துக் கொண்டிரு தன.

அவனும் சந்திராவும் அவர்கள் குழந்தையுடன் சென்னையில்தான் ஏறினார்கள். அவர்கள் ஏறி உட் கார்ந்த சிறிது நேரத்துக்கெல்லாம் எதிர்ப் பக்கத்தில் அந்த தூங்காத வாலிபன் வந்து உட்கார்ந்தான். வந்தவன் எதிர்பாராதவிதமாக அங்கு வந்து அமரவில்லை.

எல்லாப் பெட்டிகளையும் ஒருமுறைக்கு இரண்டு முறையாகக் கவனித்துவிட்டு கடைசியில் இங்கு வந்து ஏறிக் கொண்டான். சந்திராவின் கையிலிருந்த குழந்தை அருகிலிருந்த ஒரு கிழவியின் நரைமயிரைத் தன் தளிர்க் கரங்களால் பிடித்திழுக்கவே கிழவி பொக்கை வாய்ச் சிரிப்பை உதிர்த்துக்கொண்டே அந்த மழலையிடமிருந்து தலையை விடுவித்துக்கொண்டாள்.இதோடு கிழவி சும்மாயிருக்க வில்லை. கிழவிகளின் குணமே நல்லதோ கெட்டதோ ஏதாவது பேசிக்கொண்டிருக்க வேண்டுமல்லவா? "அதுவும் குழந்தை யென்றால் கேட்கவேண்டுமா? "என்னாடி கண்ணு! உன் என்ன?" என்று கிழவி கொஞ்சினாள். "மூர்த்தி"

என்று கணீரென்று உச்சரித்தது குழந்தை. உங்க அப்பா பேரு?" என்றாள் கிழவி. "எங்கப்பா பேரு குமரேஸ்! உன் பேரு என்ன?" என்று குழந்தை கேட்டவுடன் கிழவிக்கு ஆனந்தம் தாங்கவில்லை. குமரேசும் சந்திராவும் ஒருவரை யொருவர் பார்த்துச் சிரித்துக் கொண்டார்கள். அப்போது எதிர்ப் பலகையி லிருந்தும் ஒரு சிரிப்பு வெடித்தது. அதைச் சந்திரா கவனித்தாள். சிரித்தவனும் சிரிப்பினூடே, சந்திராவைத்தான் உற்றுப் பார்த்தான்.

அவனைப் பார்த்த சந்திரா திடுக்கிட்டு அப்படியே ஸ்தம்பித்துவிட்டாள். ஆனாலும் திடப்படுத்திக்கொண்டு குழந்தையின் விளையாட்டைக் கவனித்தாள். ஆனாலும் அவள் நீலக் குறுவிழிகள் மட்டும் எதிர்ப்பக்கத்திலுள்ள அந்த வாலிபனையே அடிக்கடி விழுங்கிக்கொண் டிருந்தன. அந்த வாலிபன் நல்ல அழகன். விசாலமான கண்கள், அரும்பு மீசைகள்; அழகை அதிகப்படுத்த பளபளப்பான பட்டுச் சட்டை, அவன் பெரிய கண்கள் சந்திராவைப் பார்க்கும்போதெல்லாம் போதையேறிக் காணப்பட்டன. சந்திராவும் தனக்குப் பக்கத்திலேயே கணவன் இருப்பதையும் மறந்தவள் போல, அவனை அடிக்கடி பார்க்கும் வேலையில் ஈடுபட்டிருந்தாள். இதைக் குமரேசும் ஜாடையாகப் புரிந்துகொண்டான். வண்டி ஓடிக்கொண்டிருந்தது. சந்திரா தன் கணவனோடு ஏதாவது பேசுவதும், குழந்தைக்கு விளையாட்டுக் காட்டுவதும் அதே நேரத்தில் எதிரேயுள்ளவனைக் காணுவதுமாயிருந்தாள். குமரேசுக்கு ஏதாவது சொல்லி விட வேண்டுமென்று மனங் குமுறியது. தன் மனைவி தனக்கருகில் உட்கார்ந்துகொண்டே இன்னொருவனின் அழகை ரசிப்பதென்றால்.... இதை அவனால் நினைக்கவே முடியவில்லை.

அழகுக்காகத்தான் சந்திராவை அவன் மணம் புரிந்தான். அவள் வீட்டுக்கு வந்தபிறகு அறிவும் நிரம்பியவள் என்பது கண்டு மகிழ்ச்சிகொண்டான். குதூகல மாக ஓடிக்கொண்டிருந்த அவர்களின் குடும்ப வாழ்க்கைக்கு அந்த ரயில் பிரயாணம் முட்டுக்கட்டையாகத் தான் வாய்த்தது.

இவன் நெஞ்சிலே இந்தப் போராட் டம் - ஆனால் சந்திராவோ எதிர்ப் பலகையில் வீசும் கண் களை நிறுத்தியபாடில்லை. குமரேஸ் கொந்தளித்தான். முழுதுங் கவனித்து ஒரு முடிவு கட்டிவிட வேண்டு மென்ற தீர்மானம் அவனை அமைதிப்படுத்தியது.

குழந்தை நன்றாகத் தூங்கி விட்டது. வண்டியும் விழுப்புரத்தை நெருங்கிக் கொண்டிருந்தது. அந்தப் பெட்டியில் இருந்தவர்கள் தூக்க மயக்கத்தில் தள்ளாடிக் கொண்டிருந்தார்கள்.

மூர்த்திக்கு ரயிலில் கிடைத்த புதுப் பாட்டியின் வாயிலிருந்து 'புஸ் புஸ்' என்று மூச்சு வந்து கொண் டிருந்தது. 'சந்திரா, குழந்தையைக் கீழே போட்டுத் தூங்க வைப்பதற்காக முயன்றாள்!' குமரேசின் தோளி லிருந்த துண்டை எடுத்துப் பலகைக்குக் கீழே விரித்து, தானும் கீழேயே படுத்துக்கொண்டாள். குழந்தையையும் பக்கத்தில் படுக்க வைத்துக் கொண்டாள். அவள் படுக்கும்போதே - குமரேசைப் பார்த்து வழக்கமான புன்சிரிப்பைக் கொட்டிவிட்டுச் சாய்ந்தாள். ஆனால் குமரேஸ் பதிலுக்குச் சிரிக்கவில்லை. அவன் நெஞ்சு குமுறுவது அவளுக்கு எப்படித் தெரியும். எதிரே யிருந்தவனுக்கு இப்போது தலையைக் குனியவேண்டிய வேலை ஏற்பட்டது. கண்களை மூடிக்கொண்டு தூங்க முயலும் சந்திராவின் முகத்தில் அவன் எந்தத் தனியழகைக் கண்டானோ, தெரியவில்லை. ஒரே ரசனைதான்... அவனுக்கு இருப்புக் கொடுக்கவில்லை.வயிறு காய்ந்து வாடுபவனுக்கு எதிரே வட்டில் நிறையப் பொங்கலை வைத்தால்? அந்த நிலைபெற்றான். அவன் உணர்வு, ஒரு நிலையில் இல்லை யென்பது அவன் அசைவுகளி லேயே பளிச் பளிச்சென மின்னிக் கொண்டிருந்தது. சந்திராவின் தனிப்பார்வை வேறு அவனைப் பம்பரமாக ஆட்டி வைத்திருந்தது. அவனுக்கு அன்று ஒரு நல்ல வாய்ப்புத்தான். எத்தனையோ பெட்டிகளைத் துருவிப்பார்த்து இதுபோன்ற ஒரு நல்ல இடம் கிடைக் காமல் கடைசியில் - நட்சத்திரத்துக்குக் குறி வைத்த போது சந்திரனே

விழுந்து விட்டதுபோல - கிடைத்த இடமல்லவா இந்த இடம்? தூங்கும் சந்திராவை இவன், ரசித்தான் - ரசித்தான் அப்படி ரசித்தான். இந்த ரசமான கட்டத்தில்தான், குமரேஸ் முக்கால் கண்ணை மூடிக்கொண்டு நடப்பவைகளை எதிர்பார்த்துக் கொண் டிருந்தான். சந்திரா, எப்படியும் கையுங் களவுமாகப் பிடிபட்டுவிடுவாள் என்று துடித்துக்கொண்டிருந்தான். எதிரே இருந்தவன் குமரேசை அடிக்கடி பார்ப்பதும் தன் கால்களால் அவள் கையை மெதுவாகத் தீண்டுவதும் மீண்டும் சுற்று முற்றும் பார்த்துச் சும்மாயிருப் பதுமே வேலையாயிருந்தான்.

வண்டி நெல்லிக்குப்பத்தைத் தாண்டிவிட்டது. சந்திரா அயர்ந்து தூங்கிக் கொண்டிருந்தாள். அவள் பொறக்கரம் குழந்தைமூர்த்தியை அணைத்தபடியிருந்தது. அந்தவாலிபன் ஏதோ ஒரு புது துணிவுடன் பெருமூச்சு விட்டான், குமரேசையும் கூர்ந்து நோக்கிக் கொண்டான். குமரேஸ் தன் துப்பறியும் வேலைக்குத் தயாராக - தூக்கத்தால் துவண்டிருப்பவனைப் போல இருந்தான். வாலிபனின் கைகள் சந்திராவின் கன்னத்தை வருடின. சந்திரா விழித்துக் கொண்டாள். வாலிபன், நடுங்கியபடி கைகளை எடுத்துக்கொண்டான். சந்திரா விழித்த வேகத்தில் குழந்தையும் சிணுங்கியது சந்திரா மேலே நிமிர்ந்து தன் கணவனைப் பார்த்தாள்.

அவன் தூங்கி வழிந்து கொண்டிருந்தான். அவளை ஒரு முடிவு கட்டுவதற்காக இமைகளின் இடுக்கில் ஒளிந்து கொண்டிருந்த அந்தப் பயங்கரவிழிகளை அவள் பார்க்கவில்லை. கணவனைப் பார்த்த கண்களோடு அந்த வாலிபனையும் பார்த்தாள். அவன் உமிழ்நீர் விழுங்கினான். சிணுங்கிடும் குழந்தைக்கு ஒரு முத்தம் கொடுத்துவிட்டு அதைத் தட்டிக்கொடுத்த படி தூங்கிவிட்டாள்.

எத்தனையோ முறை, அழுதிடுங் குழந்தைக்கு அவள் முத்தமிட்டுப் பிறகு தூங்கவைப்பதை குமரேஸ்

பார்த்திருந்தாலுங்கூட, இந்த முத்தம் அவனை நெருப்பில் தள்ளி எண்ணெயை ஊற்றுவதாயிருந்தது.

சிறிது நேரம் கழிந்தது. வாலிபனின் கரங்கள் மீண்டும் சந்திராவின் கன்னத்தைத்தொட்டன சந்திரா விழித்தாள். விழித்தவள் குழந்தையைத் தட்டியபடி மறுபடியும் கண்களை மூடிக்கொண்டாள். குமரேசால் அங்கு உட்கார முடியாத நிலைமை ஏற்பட்டுவிட்டது. எரிமலையாகிவிட்டான். பூகம்பமானது அவன் உள்ளம். பயங்கரமான ஒருமுடிவுடன் எழுந்தான். குழந்தையைக் கையில் தூக்கினான். குழந்தை அழுதது. சந்திரா விழித்துப் பார்த்து தன் கணவன் கையில் குழந்தையைக் கண்டு -தூங்கத் துவக்கினாள். குழந்தையுடன் குமரேஸ் ஐந்தாறு பலகைகளைத் தாண்டி அப்பாற் போனான். வாலிபனுக்கு மகிழ்ச்சி பெருக்கெடுத்தது.

ரயில் வண்டி புயல் வேகத்தில் பெருமூச்சு விட்டு ஓடிக் கொண்டிருந்தது. குமரேஸ் சுற்றுமுற்றும் பார்த்தான்; கையிலிருந்த குழந்தையை அந்த அகோரமான இருளில் ஜன்னல் வழியே வீசி யெறிந்தான். அந்தப் பசலை எந்தக்காட்டில் விழுந்ததோ? எந்தப்பாறையில் விழுந்து சுக்கு நூறானதோ?குமரேசின் மனம் சிறிது சாந்திபெற்றது. 'ஒருவிபசாரியின் தொடர்பு இன்றோடு ஒழிந்தது. தன் பெயரைச் சொல்லி வருங்காலத்தை வீணாக்காமலிருக்க, குழந்தையும் ஒழிந்தது. இனிமேல் தான் தனி ஆள்.இந்தத் தாசி அவனோடு போகட்டும்" என்று அவன் மனம் பேசிற்று. வண்டி நிற்கும் ஸ்டே ஷனை எதிர்பார்த்துக் கொண்டிருந்தான்.

அதற்குள் அவன் பார்வை, முன் உட்கார்ந்திருந்த இடத்தில் பாய்ந்தது. வாலிபனின் கரங்கள் இப்போது நடுக்கமின்றி சந்திராவின் கன்னத்திடம் சென்றன. அடக்கமுடியாத ஆவலுடன் அவள் கன்னக்கதுப்பை விரல்களால் அழுத்தினான். சந்திரா திடுக்கிட்டு விழித்தாள். அவன் இப்போதுசிரித்தான். 'சீ' என்ற பெரிய சப்தத்துடன் சந்திரா துள்ளிக் கிளம்பினாள்.வாலிபனின் கன்னத்தில் அவள்

கரங்கள் மாறிமாறி விளையாடின. எல்லோரும் விழித்துக் கொண்டார்கள். குமரேசும் அருகே வந்து விட்டான். அவனுக்கு மயக்கம் வருவது போலிருந்தது. "அத்தான்!" என்று அவனைக் கட்டிக் கொண்டாள் சந்திரா.

"ஆரம்பத்திலிருந்து நீ பார்த்த பார்வை...." என்னமோ ஆத்திரமாகச் சொல்லப்போனான் குமரேஸ்.

"என் சிறுவயதில் இறந்துபோன அண்ணன்மாதிரி இருந்தது....பார்த்தேன்.... இந்தப்பாவி......." என்று விம்மி விம்மியழுதாள். பெட்டியிலிருந்தவர்கள் அவனைத் திட்டித்தீர்த்தார்கள். கடலூர்ஸ்டேஷன் வந்தது.அந்த மைனர் இறங்கிப் போய் விட்டான். "இதற்காகவே இந்தப் பயல்கள் ரயிலில் ஏறுவது" என்று ஒரு குரல் கிளம்பிற்று. திடீரென ஏற்பட்ட அதிர்ச்சியில் குழந்தையைக்கூட மறந்திருந்த சந்திரா, "குழந்தை எங்கே அத்தான்?" என்று ஆவலோடு கேட்டாள்.

"பக்கத்தில்தான் இருக்கிறது. இங்கேயே இறங்கு" என்றான் குமரேஸ். அவன் முகம் கருத்துவிட்டது.

"ஏன்?" என்றாள் அவள்.

"இறங்கேன் - சொல்கிறேன்" என்று மூட்டை முடிச்சுகளைத் தூக்கிக் கொண்டு புறப்பட்டான் குமரேஸ். அவளும் இறங்கினாள்.இறங்கியவுடன் கேட்டாள், "எங்கே குழந்தை?" என்று.

கண்ணீர் வழிந்தோட அவன் சொன்ன பதில்: "இரண்டு மைல்களுக்கப்பால் இருக்கிறது" என்பது தான்.

"ஏ! அவசரக்கார குமரேசா!"

'சபலக்கார முட்டாளே!'

என்ற ஒலி, நாலா புறமிருந்தும் அவள் அவள் காதில் சாட்டை ஒலியாய் ஒலித்தது.

'இந்தோ சிலோன் எக்ஸ்பிரஸ்' கடலூரிலிருந்து புறப்பட்டது.

வளையல் வாங்கலையோ

'சும்மா பத்திரிகையும் கையுமா இருக்கிறியே, மூஞ்சிகீஞ்சி கழுவிப் பவுடர் கிவுடர் போடக்கூடாது?' 'அம்மா! எனக்கு மெருகுஒன் றுமதேவையில்லை." "தங்கப் பாத்திரமா இருந்தாலும் மெருகு இருந்தாத்தாண்டி மவுசா விலைபோகும்."

"என்னை விலைபோகும் பொருளாகவே ஆக்கி விட்டீர்களா?"

"அந்த கேள்வியெல்லாம்... அதோ நடராஜன் வர்ரான் அவனைக் கேளு."

"என்னம்மா தங்கச்சி சொல்லுது?"

"என்ன சொல்லுது....பொட்டுக்கட்டிக்க மாட்டேங்குது."

'பழைய பல்லவியைத்தானே பாடுது.' 'அனுபல்லவி பாடினாலும் அதைத்தான் பாடுவேன் அண்ணா!"

"சரணங் கூடப்பாடுவாள் சண்டிக்கழுதை....... லக்ஷ்மீ!... நம்ப குடும்பம் நல்லா இருக்கணும்னா....

"நான் நாசமாய்ப்போகணும் அதுதானே அம்மா?" "தங்கச்சி...ஐ மீன் தார் தங்கம் தங்கமாகக் கொட்டுவார். நம்ப தடபுடலா வாழலாம்.'

'அண்ணா ... உங்கள் விநோத வாழ்வுக்காக நான் விபசாரியாக வேண்டுமா?'

"வக்கணை பேசாதே.... இப்படிப் பேசத்தான் உன்னை வளர்த்தேனாக்கும்."

"ஆடுமாடுகளைக் கூடத்தான்.... நல்லவிலை போகுமென்று வளர்க்கிறார்கள்.

"லக்ஷ்மி.... இந்தப் பாரு....நீ வைரக்கண்ணை நினைச்சு வம்பு பண்றே!... இனி அந்த வரட்டுப் பயல் இந்த ஊர்திரும்ப மாட்டான். வந்தால்....ஜமீன்தார் அவன் காலை வாங்கி விடுவார். பேசாமல் எங்க அபிப் பிராயப்படி நட.'

"அண்ணா!..... நான் தாசி...உன் தங்கை தாசி.. ஐயோ... இந்த வார்த்தை உனக்கு நஞ்சாகத் தெரியவில்லையா?"

"நஞ்சாவது பஞ்சாவது... தெரியாமத்தான் பெரியவாள் காலத்திலே யிருந்து நடக்குதா?"

"பெரியவர்கள்... பெண் உலகத்தின் பரம எதிரிகள்! பாவிகள்!... பாம்புக் கூட்டங்கள்!"

"துள்ளாதே லக்ஷ்மீ!... நாளைமறுநாள் நம் வீட்டுக்கு ஜமீன்தார் வருகிறார். ஏதாவது தகராறு பண்ணினால்... நம் தலையே போய்விடும்."

"ஏண்டா தம்பி நடராஜா!...பொட்டுக்கட்டிக் கலியாணம் முடியறத்துக்குள்ளே... ஜமீன்தார் வருவதாடா?"

"போ அம்மா!...உன் பழைய சாஸ்திரத்தைக் குப்பையில் போடு. பொட்டு அப்புறம் கட்டிக்கலாம், முதலில் துட்டு வரட்டும்."

நடராஜன் தன் கலைந்துபோன தலையை ஒழுங்கு படுத்திக்கொள்ள நிலைக்கண்ணாடிக்கு முன் சென்றான். விம்மி விம்மி அழுதபடி லக்ஷ்மீ அதைவிட்டு நகன்றாள்.

அவளது அதரங்கள் நடுங்கிக் கொண்டிருந்தன. நடுங்கும் அதரங்கள் 'வைரக்கண்ணு" என்று ஒரு வார்த்தையை வெளியே நீட்டி மீண்டும் மூடிக்கொண்டன.

வைரக்கண்ணு தலையங்கத்தை எழுதிமுடித்தான். தலையங்கத்தின் கடைசிப் பகுதிகளை இரண்டு முறை படித்துப் பார்த்தான்.

வளையல் வாங்கலையோ

"சமுதாயம்!..... நல்ல சமுதாயம் கேடுகெட்ட சமுதாயம். உள்ளமறியா உதவாக்கரைகள் உலவும் உளுத்த சமுதாயம்.'

அதை அப்படியே மடக்கி வைத்துவிட்டு நாற்காலியில் சாய்ந்தான்.

"பத்திரிகாசிரியராம்... பத்திரிகாசிரியர், வாங்கிய கடனை வட்டியும் முதலுமா நாளைக்குக் கீழே வைக்கா விட்டால் தம்பி... கம்பி எண்ணணும் ஜாக்கிரதை."

வைரக்கண்ணுவின் நெஞ்சிலே இந்தக் காரசாரமான எச்சரிக்கை இடியென முழங்கிக் கொண்டிருந்தது. பத்திரிகை நடத்துவதற்காக அரியநாயக முதலியாரிடம் வாங்கிய கடன் ஐநூறு ரூபாய் திருப்பித் தரப்படாததால் ஏற்பட்ட அபாய அறிவிப்பு இது!

நீண்ட மௌனத்திற்குப் பிறகு ஒரு நீளமான பெரு மூச்சு. அவன் கண்கள் குளமாகிக் கன்னத்தில் இரண்டு நீர்த் துளிகள் தொத்திக் கொண்டிருந்தன.

மேசையில் கிடந்த ஒரு கடிதத்தை எடுத்துப் பிரித்தான். அந்தக் கடிதத்தின் மடிப்புகள் கிழிந்திருந்தன. அத்தனை முறை அதைப் படித்திருக்கிறான் போலும்.

"அன்புள்ள அத்தான் விரைவில் சந்திப்போம்..."

"விரைவில் சந்திப்போம்" என்ற முடிவு அன்புள்ள அத்தானைவிட அதிக இனிப்பு வாய்ந்தது என்பதை அவன் இதழ்களின் அசைவு சொல்லிற்று. கன்னத்தில் நின்ற நீர்த்துளிகள் காய்ந்துவிட்டன.

'அத்தான்' என்று ஒரு அழைப்பு குயில்கூப்பிட் டதுபோல இருந்தது.

வைரக்கண்ணு திடுக்கிட்டு எழுந்தான். அவன் நெஞ்சி படபடவென்று அடித்துக் கொண்டது.

லக்ஷ்மீ!....

......'அத்தான்'!! இந்த இதய ஒலிகள்

பீறிட்டெழுந்து பின்னிக் கொண்டன.

அமைதி அதிக நேரம் நீடிக்கவில்லை.

"நேற்றுத்தானே கடிதம் எழுதியிருக்கிறாய். அதற்குள் எப்படி, லக்ஷ்மீ, வந்தாய்?"

"பெரிய ஆபத்திலிருந்து தப்பியிருக்கிறேன். கேளுங்கள், அம்மாவின் ஆசைப்படி நடராஜ அண்ணாவின் அழைப்பையேற்று என்னை முதல் திருமணம் செய்துகொள்ள ஜமீன்தார் வந்தார்.நான் பலாத்காரமாக அறைக்குள் தள்ளப்பட்டேன்."

"கேளுங்கள்! ஜமீன்தாரிடம் எவ்வளவோ மன்றாடிப் பார்த்தேன். என் உபதேசங்கள் எல்லாம் அவருக்கு ஊமையின் பேச்சாகத் தெரிந்தன. என்வாழ்வில் நஞ்சு பூச வேண்டாமென்ற கோரிக்கையை... அந்த நேரத்தில் அவர் எப்படிக் கேட்பார்.'

"துப்பாக்கியை நீட்டிப் பயமுறுத்தினார்."

"நான் சாகசத்தில் இறங்கினேன். மதுபான வகையறாக்கள் அத்தனையும் ஜமீன்தார் வயிற்றில் கலந்தன. என் கைகளால் அவைகளை வாங்கிக் குடிப்பதே பெரும் பாக்கியமென்று அவர் எண்ணினார். கோப்பையை வாங்க அவர் கை நடுங்கியபோது நானே அவர் வாயில் ஊற்றினேன்."

'அவ்வளவுதான். ஜமீன்தார் போதை தலைக்கேறிச் சாய்ந்தார்.'

"பிறகு?"

"நான் விழித்துக் கொண்டேயிருந்தேன். விடியற் காலை மணி நாலு! வீட்டில் நல்ல தூக்கம். இருட்டிலே ஒளிந்துவந்து இரயிலேறினேன். இப்பொழுது....'

"லக்ஷ்மீ!... வீரலக்ஷ்மீ...?"

"அத்தான்... இந்த வைர வளையல்கள் ஜமீன் தார் கொடுத்தவை."

"பாவம்...... நன்றாக ஏமாந்தான்." பரிதாபத்துக்குரியவன்.

"அத்தான் இன்று முதல் நம் வாழ்க்கை ஆரம்பம்."

"ஆம்."

"இனி........நாம் பிரிய வேண்டியதில்லை."

"இல்லை."

அத்தான்....... ஏன் அழுகிறீர்கள்?'

"அழ வில்லை... ஆனந்தக் கண்ணீர்."

"நான் நம்பமாட்டேன்...நடந்ததைச் சொல்லுங்கள்."

வைரக்கண்ணு வாய் திறக்கவேயில்லை.லக்ஷ்மியின் இடைவிடாத பிடிவாதத்தால் கடைசியில், தான் பட்ட கடனுக்காக நாளை 'கோர்ட்டுக்குச் செல்லவேண்டு மென்ற உண்மை வெளியாயிற்று. லக்ஷ்மி கவலைப்படவே யில்லை. ஜமீன்தார் போட்ட வளையல்களைக் கழற்றினாள். தன் கழுத்தில் கிடந்த சிறிய சங்கிலியையும் வளையல்களையும் வைரகண்ணுவிடம் அளித்தாள்.

"அத்தான். இவைகளை நாளைக்கே விற்று விடுங்கள்.கடன் தீரட்டும். மீதிப்பணம் பத்திரிகைக்கு முதலாக இருக்கட்டும். நீங்கள் தயங்க வேண் டாம்."

வைரக்கண்ணு யோசித்தான். ஆனாலும் சரியென்றான். இரவு ஓடிக்கொண்டிருந்தது.

வளையல்களை எடுத்துக்கொண்டு வைரக்கண்ணு புறப்பட்டான். வாயிற்படி வரையில் லக்ஷ்மி வந்து வழியனுப்பினாள். அவள் கண்களில் புது ஒளி! இதழைக் கிழித்துக் கொண்டு புன்னகை நெளிந்தது.

அவள் திருச்சியிலே வைரக்கண்ணுவின் வீட்டில் இருப்பதாக நினைக்கவில்லை. இன்பபுரியில் இருப்பதாக நினைத்தாள். ஒரு அநாதைச் சிறுவனின் மேல் அவள் கொண்ட காதல் ஜமீன்தார் கட்டிய மாட மாளிகைகளையெல்லாம் மண் மேடாக மதித்தது.

அவன் காதலுக்காக அவள் பட்ட இன்னல்கள் எத்தனை! வைரக்கண்ணு விரட்டப்பட்ட செய்தியைக் கேள்விப்பட்டாள். அது அவள் விலாவில் பாய்ந்தவேல். காதலில் கொண்டிருந்த உறுதியால் அவள் சளைக்கவில்லை. நடராசனின் 'நாட்டு சோக்காளி வாழ்வுக்கு தன் வாழ்வு பலியிடப்படவேண்டுமென்ற பலாத் காரம்!....... இது எரியும் தீயில் எண்ணெய்......

அவள் விடுதலை விழா அன்று!...அதை நினைத்து மகிழ்ந்தாள். ஆடிக்கொண்டே உள்ளே ஓடினாள்.. குயிலிசை கிளம்பிற்று.

வடநாட்டு மார்வாடியின் காசுக்கடையில் வைர வளையல்கள் சோதனை செய்யப்பட்டு விலைபேசுங் கட்டம் வந்தது.

"வைரம் உயர்ந்ததல்ல சாதா வைரங்கள். எல்லாம் நூறு ரூபாய் கூடப் பெறுமானமில்லை" மார்வாடி அலட்சியமாக வளையல்களைக் கீழே வைத்தான்.

வைரக்கண்ணு வளையல்களை எடுத்துக்கொண்டு 'கண்ணைத் திறந்து கேளய்பா" என்றான்.

"போனால் போகிறது....நூற்று ஐம்பது வாங்கிக் கொள்"-இது மார்வாடி.

"பாவம் ஐயாவுக்குப் பரிதாபம்" வைரக்கண்ணு கிண்டலாகப் பேசினான்.

"ஒரே விலை... இருநூறு ரூபாய்!"

"தமிழ் நாட்டுக்காரனுக்குப் புத்தியேயில்லை என்பது ஐயாவின் அபிப்பிராயம்" -வைரக்கண்ணு ஆத்திரத்தோடுதான் இதைக் கூறினான்.

"சரி, கோபிக்காதே சார்... மறுபடியும் பார்க்கிறேன்."

மார்வாடி வளையல்களை வாங்கி மீண்டும் மதிப்புப் பார்த்தான். பார்த்துக்கொண்டிருக்கும் போதே தன் கடைப் பையனிடம் ஏதோ இந்துஸ்தானியில் சொன்னான். கடைப் பையன் எங்கேயோ ஓடினான். திருப்பித் திருப்பி, வளையல்களைப் பார்த்துக் கொண்டேயிருந்தான். வைரக்கண்ணுக்கும் அலுத்துவிட்டது.

"சீக்கிரம் பாரய்யா!'

"இதோ முடிந்துவிடும்."

"எவ்வளவு நாழிகை மதிப்புப் பார்க்க?"

"பையன் போயிருக்கிறான். வரட்டும் உங்களை அனுப்பி விடுகிறேன்."

கடைப் பையன் திரும்பினான், அவனைத் தொடர்ந்து சப் இன்ஸ்பெக்டரும் வந்து சேர்ந்தார்.

வைரக்கண்ணு...... நகைகளைத் திருடிவந்ததாகக் குற்றஞ் சாட்டப்பட்டான்.

"உங்க பெயர் வைரக்கண்ணுதானே?'

'ஆமாம்.'

"பாட்டாளி பத்திரிகையின் எடிட்டர் நீர்தானே?" "ஆமாம்."

"இது யாருடைய நகைகள்?"

"என் மனைவியின் நகைகள்."

"முன்பு ... ஒரு முறை... உமக்குக் கல்யாணம் ஆகவில்லையென்று என்னிடம் சொன்னீரே!"

"மனைவியல்ல... என்காதலி, அவள் விருப்பத்தின் படிதான் இவைகளை விற்க வந்தேன்."

"உம் காதலி... இப்பொழுது எங்கே?"' "என் வீட்டில் இருக்கிறாள்." "சரி.... வீட்டுக்குப் புறப்படும்." "இதோ... வருகிறேன்."

சப் இன்ஸ்பெக்டரும், வைரக்கண்ணும், வேடிக்கை பார்த்தவர்களும் அவன் வீடு நோக்கி நடந்தார்கள்.

வீடு நெருங்க நெருங்க வைரக்கண்ணுக்குச் சிரிப்பு வெடிக்க ஆரம்பித்தது, சப்இன்ஸ்பெக்டர் சரியானபடி ஏமாறப் போகிறார் என்று அவன் மனதில் ஏளன எண்ணம் தோன்றிற்று.

வீட்டுக்குள் நுழைந்தார்கள்.

"லக்ஷ்மீ" என்று வைரக்கண்ணு ஆவலோடு கூப்பிட்டான். பதில்வரவில்லை. ஒரு மூலையில் அவள் படுத்திருந்தாள். "பகலிலா தூக்கம்?" அவளைத் தட்டி எழுப் பினான். சப் இன்ஸ்பெக்டருக்குச் சந்தேகம் தீர்ந்தது. திடீரென வைரக்கண்ணு அலறினான் முகத்திலறைந்து கொண்டான்.

அவன் முகமெல்லாம் ரத்தக் கறைகளோடு... பைத்தியம் பிடித்தவன் போல்... ஆடினான்.

எல்லோரும் உள்ளே நுழைந்தார்கள். லக்ஷ்மி பிணமாகக் கிடந்தாள்,

வைரக்கண்ணு கைது செய்யப் பட்டான். "திருடன்! கொலைகாரன்!" சப் இன்ஸ்பெக்டரின் சண்டமாருத ஒலிகள்!

"பாவிப்பயல்....ஒரு அழகான பெண்ணை நகைகளுக்காகக் கொலை செய்திருக்கின்றானய்யா.'

வேடிக்கை பார்த்தவர்கள் கூறினார்களிப்படி!

தாசித் தொழிலுக்கு ஒத்துவராத தங்கை, தன்னை யும், ஜமீன்தாரையும் ஏமாற்றிவிட்டு... ஒரு அநாதைப் பயலோடு வாழ்வது பிடிக்காத நடராஜன், ஓடிவந்தவளைக் கண்டுபிடித்துக் கூப்பிட்டுப் பார்த்தும் வராததால் சுட்டுக் கொன்றுவிட்டுப் போய்விட்டான் என்ற ரகசியம் யாருக்குந் தெரியாது. எப்படித் தெரிய முடியும்?

வைரக்கண்ணு வழக்கு மன்றத்தில் நிறுத்தப்பட்டான். அவன் பழைய வைரக்கண்ணு அல்ல. பைத்தியக்கார வைரக்கண்ணு...வக்கீல் எது கேட்டாலும், "வளையல் வாங்கலையோ வளையல்'"என்ற பதிலைத்தான் சொல்லுகிறான்.

முந்நூறு ரூபாய்

அம்மாவுக்குக் கண் தெரியாது. அப்பா நடமாட முடியாதவர். ஒரு வருடமாகப் பக்கவாதம். அக்காள் ஒருத்தி, விதவை. ஒரு குழந்தையை விட்டுவிட்டு செத்து விட்டாள்.

"குடும்பத்தைத் தாங்கும் தூண் நான். வெற்றிலை பாக்குக் கடையொன்றில் பத்து ரூபாய் சம்பளத்தில் வேலை; அதுவும் போய்விட்டது. வேலையிருந்தபோதே வீட்டில் இரண்டு வேளைப்பட்டினி. இப்போது கேட்க வேண்டுமா? நீங்கள் ஏதாவது வழி செய்யுங்கள்,இல்லா விட்டால் ஒரு முழக்கயிறு தான் செலவு" என்று கூறிக் கண்ணீர் வடித்தான் அந்த ஏழை வாலிபன். பெயர் மாத்திரம் லக்ஷ்மி நாராயணன். ஆனால் தரித்திர நாராயணானாய்த் துடித்தான்.

அவன் வேலை கேட்ட இடமோ...பெரிய ஆபீஸ் அல்ல, அல்லது மில் முதலாளியிடமுமல்ல. மாதம் நூற்றைம்பது ரூபாய் வருமானமுள்ள ஒரு பள்ளிக்கூட ஆசிரியரிடம். தங்கப்பன் உயர்நிலைப் பள்ளியில் கணித ஆசிரியர். நூற்றைம்பதைக் கொண்டு தன் பெரிய குடும்பத்தையே நடத்த கஷ்டப்படும்போது, லக்ஷ்மி நாராயணனைக் காப்பாற்ற எப்படித் துணிய முடியும். தங்கப்பன் இளகிய மனமுடையவர். சீர்திருத்தக்காரர். சீர்திருத்த உலகில் அவரது புனைப் பெயர் மார்க்ஸ். மேடையில் ஏறுகிறார் என்றாலே மக்களிடையே ஒரு புத்துணர்ச்சி ஏற்படும் அவ்வளவுசிறந்த பேச்சாளி. ஏழை, ஈவு, இரக்கம் என்றெல்லாம் பேசுகிறாரே நாமும் கொஞ்சம் கை நீட்டிப் பார்க்கலாமே என்று எத்தனையோ பேர் தங்கப்பனை யாசகம் கேட்டிருக்கிறார்கள். தன் சம்பளத்தில் அவர்களுக்கென ஒரு பகுதியை செலவளித்துக் கொண்டிருந்தார், தங்கப்பன். அவர்களில் ஒருவன் தான் லக்ஷ்மி நாராயணன். அவன் கதை தங்கப்பனால் கேட்க முடியவில்லை, அவ்வளவு வேதனை யடைந்தார்.

'பத்துநாள் வீட்டிலேயே சாப்பிட்டுக் கொண்டிரு. எங்கேயாவது, வேலை தேடிப்பார்க்கிறேன்" என்று உறுதியளித்தார். ஏழெட்டு நாட்களாகி விட்டன. இன்னும் வேலை கிடைத்தபாடில்லை.

ஒரு நாள் தங்கப்பனுக்கு, அவரிடம் ஆறுமாதத்துக்கு முன் கடன் வாங்கி யிருந்த ஒரு தோழரால் அனுப்பப்பட்ட, ரூபாய் முந்நூறு மணிஆர்டர் வந்தது. போன பணம் திரும்பி வந்த ஆனந்தத்தில் அதை பெட்டியில் கூட எடுத்துவைக்காமல் மேசை மேல் வைத்தபடிபே மறந்து விட்டு பள்ளிக்கூடத்திற்குச் சென்று விட்டார். பாடம் நடந்துகொண்டிருக்கும்போது பணத்தின் நினைவு வந்தது. லக்ஷ்மி நாராயணன் மேல் திடீரென சந்தேகமும் பிறந்தது. பாடத்தைச் சீக்கிரம் முடித்துவிட்டு வீட்டுக்குப் புறப்பட்டார். வரும் வழி யிலேயெல்லாம் நல்ல உயிர் இல்லை. "என்னதான் நல்லவனா யிருந்தாலும் ரூபாய் முந்நூறு அல்லவா?" என்று எண்ணியவாறு நடந்தார். வீட்டுக்கு வந்தார். வாசலில் உட்கார்ந்திருக்கும் லக்ஷ்மி நாராயணனைக் காணவில்லை.உள்ளே போனார், பணத்தையும் காண வில்லை. வீட்டில் விசாரித்தார்... பணம் போய்விட்டது. தங்கப்பன் ஒரு அலட்சியமான புன்சிரிப்புடன் மீண்டும் பள்க்குத் திருப்பினார். சேலம் ரயிலடியில் பிற்பகலே வண்டியைப் பிடித்து ஈரோடு வந்து சேர்ந்தான் லக்ஷ்மி நாராயணன். ஈரோட்டில் ரெடிமேடு கடையில் நுழைந்து வெளியே வரும் போது மைனராய் மாறி வந்தான். அவன் மனம் ஏதோ பேசிக்கொண் டிருந்தது. 'முந்நூறு ரூபாய்க்கு ஒரு வெற்றிலை பாக்குக்கடை; தானே முதலாளி' என்று திரும்பத் திரும்பப் பேசிற்று. கடைத் தெருவில் ஒரு பொடிப் பையன். எலும்புந் தோலுமாய் அழுக்கு மயமாய் நின்று கொண்டு 'ஐயா' என்றான்.

லக்ஷ்மிநாராயணன் அவனைப் பார்த்ததுமே ஏதோ யோசனை செய்துவிட்டான். "டே பையா! என்னோடு வருகிறாயா? என் வெற்றிலை பாக்குக் கடையில் வியாபாரம் செய்யமுடியுமா?" என்று அவனைக்கேட்டான். பையன் சந்தோஷமாய்த்

தலையாட்டினான். அவனைத் தன்னோடு கூட்டிக்கொண்டான். முதலாளி நடை தானாகவே வந்துவிட்டது. *10-30* மணிக்கு ஈரோட்டில் வண்டி ! ஒன்றரை டிக்கெட் எடுத்துக் கொண்டு இருவருமே ரயில் ஏறினார்கள். அந்த ஏழைச் சிறுவனுக்கு ஒரே மகிழ்ச்சி. லக்ஷ்மிநாராயணன் பிளேயர்ஸ் சிகரெட்டை புகைத்தவாறு கம்பீரமாக ரெயிலில் உட்கார்ந்திருந்தான், வண்டி திருச்சியை நோக்கி ஓடிக்கொண்டிருந்தது.

லக்ஷ்மிநாராயணன் வெற்றிலை பாக்குக்கடை துவக்க விழா, குதூகலமாய் நடைபெறுகிறது. முதலாளி ஸ்தானத்தில் லக்ஷ்மிநாராயணன். வேலைக்காரனாய் ஓடும் பிள்ளையாய் அந்தப் பயல். என்ன சுறுசுறுப்பாய் வேலை செய்கிறான் தெரியுமா? வெற்றிலைப் பாக்குக் கடையும் வியாபாரச் செழிப்பில் வளருகிறது. திருச்சியில் இந்தக் கடைக்குத்தான் அபார மதிப்பு...

லக்ஷ்மிநாராயணன் கண்ணை விழித்துப் பார்த் தான் திருச்சி ஜங்ஷனில் வண்டி நின்றது. மணிநாலு, பக்கத்திலிருந்த பயலைப் பார்த்தான், காணவில்லை. பையைப் பார்த்தான்; பணமில்லை. ஒரு பெருமூச்சு; தங்கப்பன் எதிரே வந்து நின்று சிரிப்பது போலிருந்தது. நல்லவேளை வெளியே செல்ல டிக்கட்டாவது இருந்தது.

★ ★ ★

9 788198 443823

Printed at Repro India Ltd.